REKA TWIGE IKINYARWANDA
Let's Learn Kinyarwanda

Mother tongue series

Dr. Mollynn Mugisha-Otim
&
Dr. Ernest Karuranga
Translated by Mrs. Mary Mukabaranga

AuthorHouse™ UK
1663 Liberty Drive
Bloomington, IN 47403 USA
www.authorhouse.co.uk
UK TFN: 0800 0148641 (Toll Free inside the UK)
UK Local: 02036 956322 (+44 20 3695 6322 from outside the UK)

This book is printed on acid-free paper.

Translated by Mrs. Mary Mukabaranga

ISBN: 978-1-6655-9209-3 (sc)
978-1-6655-9208-6 (e)

Print information available on the last page.

Published by AuthorHouse 09/28/2021

author HOUSE®

Dedication page

This book is dedicated to our daughters Karabo and Kazuba, whose desire to learn Kinyarwanda inspired us to make this book a reality.

It is also dedicated to anyone young and old connected to Rwanda and with a desire to start the journey to learn and understand the language and culture of Rwanda.

Introduction

This is the map of Rwanda, the heart of Africa.

Rwanda is a land locked country located in the Great Lakes region, a part of Eastern Africa. The people from Rwanda are called **'Abanyarwanda'.** Kinyarwanda is spoken in the whole of Rwanda. Other languages spoken include English, French and Swahili.

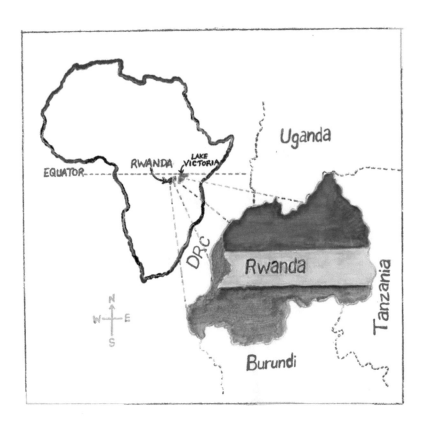

Gusuhuza/Kuramukanya - GREETINGS

Mwaramutse
Good morning

Mwiriweho
Good afternoon

Mwirirwe
Good evening

Ijoro ryiza
Good night

Bite
Hello

Amakuru yawe?
How are you?

Ni meza cyane / Meze neza cyane
I am very fine

Urabeho / Muramuke
Goodbye

Ikaze! Injira!
Welcome! Come on in!

Murakoze
Thank you

Umubiri wanjye
(My Body)

Umuhungu
(Boy)

Umukobwa
(Girl)

Umutwe
(Head)

Isura
(Face)

Ugutwi
(Ear)

Imisatsi
(Hair)

Ijisho
(Eye)

Izuru
(Nose)

Urutugu
(Shoulder)

Ururimi
(Tongue)

Umunwa
(Mouth)

Amenyo
(Teeth)

Umubiri
(Body)

Inda
(Stomach)

Umugongo
(Back)

Ikiganza
(Hand)

Ukuboko
(Arm)

Intoki
(Fingers)

Ukuguru
(Leg)

Inzara
(Nail)

Amano
(Toes)

Witwande?
What is your name?

Amazina yange ni Hirwa/ Nitwa Hirwa
My name is Hirwa.

Nishimiye guhura nawe.
Nice to meet you.

Urakoze gusura.
Thank you for visiting.

Mfite amaso abiri
I have 2 eyes

Ndumuhungu
I am a boy

Ndumukobwa
I am a girl

Noza amenyo
I brush my teeth

Guca inzara
I cut my nails

Ufite umusatsi mugufi/muremure.
You have short/long hair.

Umuryango wanjye
(My family)

Mama
(Mother)

Papa
(Father)

Uruhinja/
Umwana
(Baby)

Nyogokuru
(Grandmother)

Masenge
(Aunt)

Marume
(Uncle)

Musaza wanjye
(Brother)

Mushiki wanjye
(Sister)

Sogokuru
(Grandfather)

Mubyara wanjye
(Cousin)

Ufite imyaka ingahe?
How old are you

Mfite imyaka itano.
I am five years old

Nkunda papa wanjye
I love my father

Mama wanjye arankunda
My mother loves me

Mfite mushiki wanjye umwe muto
I have one younger sister

Nyogokuru wanjye aba mu Rwanda
My grandmother lives in Rwanda

Papa wanjye numugabo na mama wanjye numugore
My father is a man and my mother is a woman

Umuryango wanjye usengera mu rusengero
My family prays in church

Nkunda gukina umupira wamaguru ariko wowe ukunda kuririmba
I like to play football, but you like to sing.

Papa yasize imfunguzo ze kumeza
Dad left his keys on the table

Urugo rwacu
(Our home)

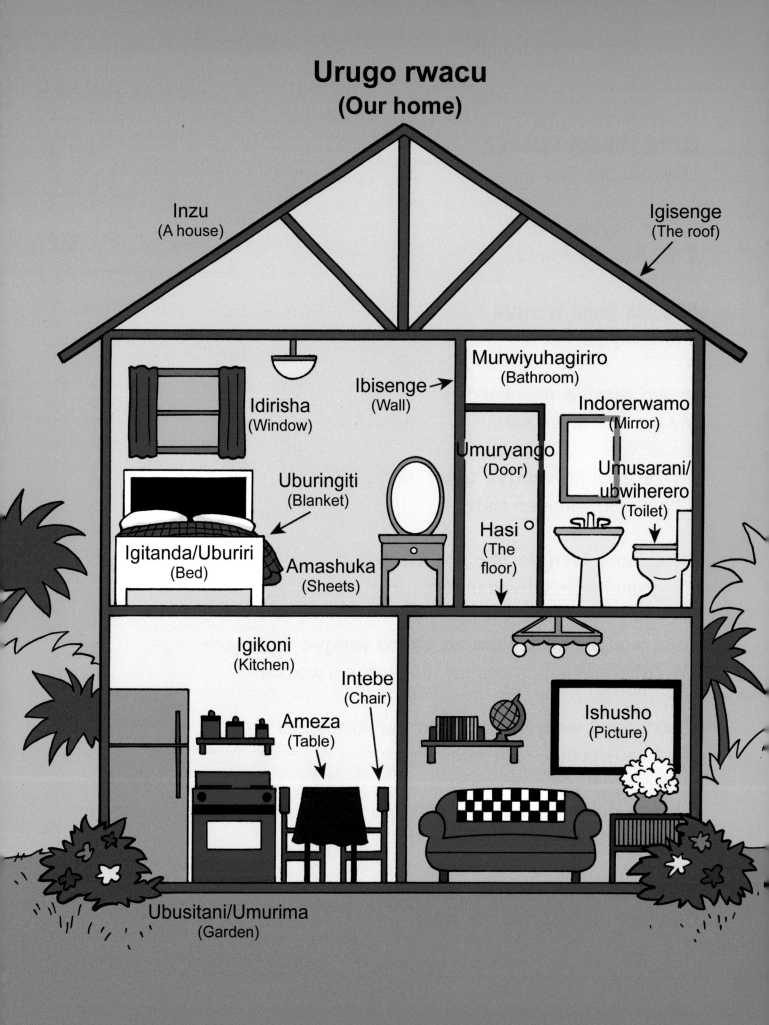

Inzu
(A house)

Igisenge
(The roof)

Murwiyuhagiriro
(Bathroom)

Ibisenge
(Wall)

Idirisha
(Window)

Indorerwamo
(Mirror)

Umuryango
(Door)

Uburingiti
(Blanket)

Umusarani/
ubwiherero
(Toilet)

Hasi
(The
floor)

Igitanda/Uburiri
(Bed)

Amashuka
(Sheets)

Igikoni
(Kitchen)

Intebe
(Chair)

Ishusho
(Picture)

Ameza
(Table)

Ubusitani/Umurima
(Garden)

Masenge arimo guteka ibiryo biryoshe.
Aunt is cooking delicious food

Mama ari mugikoni
Mum is in the kitchen

Icyumba cyanjye kirasukuye
My room is clean

Idirisha rirakinguye
The window is open

Amashuka yacu numweru
Our bedsheets are white

Umuryango urakinze
The door is locked

Inzu yacu ifite amagorofa atatu
Our house has three floors

Musaza / mushiki wawe ari he?
Where is your brother / sister?

Isabukuru nziza y'amavuko
Happy birthday

Twizihije umunsi mukuru tusangira umugati
We celebrated the festivities sharing cake

Murwanda haba imisozi myinshi.
There are many hills in Rwanda.

Marume afite inka ijana
My uncle has 100 cows

Inka zitanga amata
Cows give milk

Nzi gukama inka
I know how to milk a cow

Inkoko irabika mugitondo
The cock crows in the morning

Sindabona ingajyi
I have never seen a gorilla

Inzovu ni nini kandi iraremerera
Elephant is big and heavy.

Intare zirya inyama
Lions eat meat

Urukwavu ruzi kwiruka
Rabbits can run

Ntinya inzoka
I fear snakes

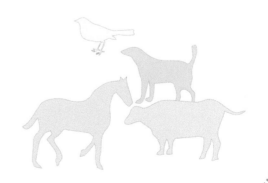

Nimero
(Numbers)

1.Rimwe

2. Kabiri

3. Gatatu

4. Kane

5. Gatanu

6. Gatandatu

7. Karindwi

8. Umunani

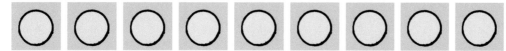

9. Icyenda

10. Icumi

11. Cumi na rimwe
12. Cumi na kabiri
13. Cumi na gatatu
14. Cumi na kane
15. Cumi na gatanu
16. Cumi na gatandatu
17. Cumi na karindwi
18. Cumi na mumami
19. Cumi ni cyenda
20. Makumyabiri
21. Mukumyabiri na limwe
30. Mirongo itatu
40. Mirongo ine
50. Mirongo itanu
60. Mirongo itandatu
70. Mirongo irindwi
80. Mirongo inani
90. Mirongo icyenda
100. Ijana
1000. Igihumbi
1,000,000. Millioni

11

Ibiryo
(Food)

Ikirahuri
(Glass)

Amazi
(Water)

Ikiyiko
(Spoon)

Ikanya
(Fork)

Icuma
(Knife)

Amata
(Milk)

Amahenehene
(Goat milk)

Igisheke
(Sugarcane)

Igikombe
(Cup)

Inyama yihene)
(Goat meat)

Inyama yinka
(Beef)

Ikijumba
(Sweet potato)

Ifi
(Fish)

Igikoma
(Porridge)

Inkoko
(Chicken)

Ipapayi
(Papaya)

Ibishyimbo
(Beans)

Umwembe
(Mango)

Umugati
(Bread)

Umutsima
(Ugali)

Isahani
(Plate)

Amagi
(Eggs)

Imyumbati
(Cassava)

Ibigori
(Maize/corn)

Ikirayi
(Irish Potato)

Maracuja
(Passion fruit)

Ibinyobwa
(Ground nuts)

Amashaza
(Peas)

Wakoze kudutegurira amafunguro meza
Thank you for the nice meal

Ibishyimbo n'ibitoki biraryoshye
Beans and matoke are tasty

Mugitondo nywa icyayi cy'amata n'umugati.
In the morning, I drink milk tea and bread in the morning

Ibiryo birahiye
Food is ready

Muryoherwe
Enjoy your food

Ndashonje
I am hungry

Ndahaze
I am satisfied / I am full

Abana banywa amata
Children drink milk

Ikiro kimwe cy'igitoki kigura angahe?
How much does one kilo of banana cost?

Incuti yanjye yagiye kuroba amafi ku mugezi
My friend went fishing at the river

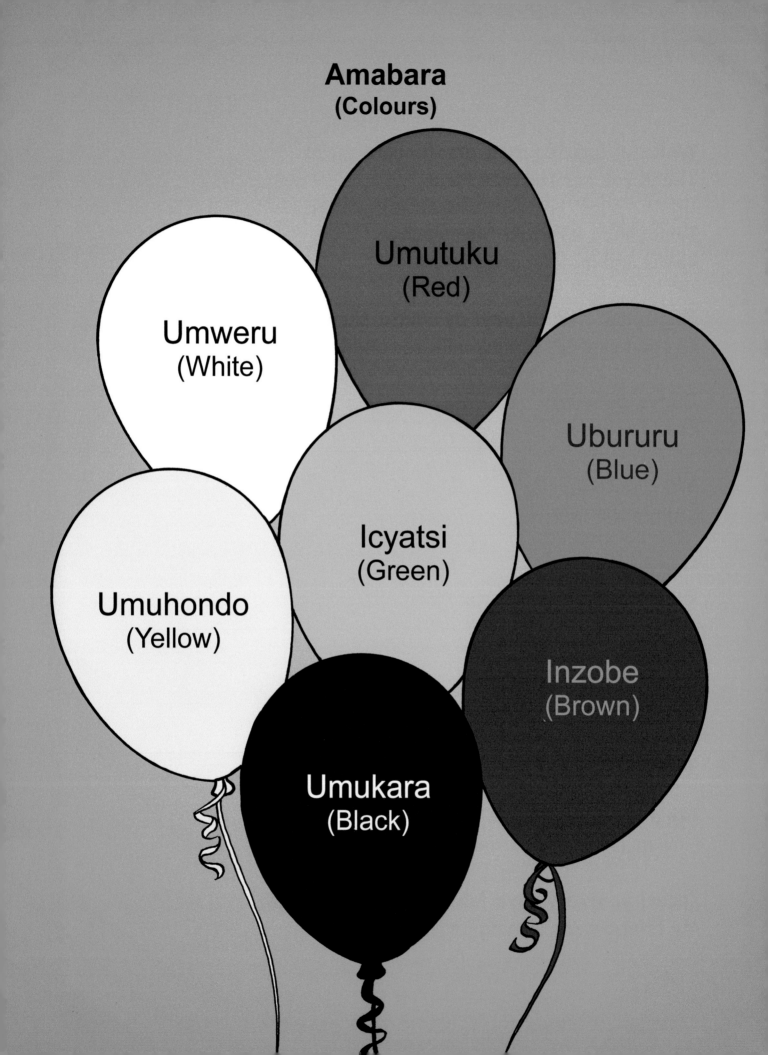

Ijuru n'ubururu
Sky is blue

Dukunda intama yu mukara
We love the black sheep

Umuneke uhiye uba ari umuhondo
Ripe bananas are yellow

Amata n'umweru
Milk is white

Mubyara wanjye afite umwenda wumutuku
My cousin has red dress

Amabara y'umukororombya
Rainbow colours

Nambaye inkweto zanjye z'igaju.
I am wearing my brown shoes

Indabyo nzinza zifite amabara menshi
Beautiful flowers have many colours

Imodoka y'icyatsi
A green car

**Iriya nyoni ifite amabara meza
y'umuhondo icyatsi n'ubururu**
That bird has beautiful colours
of yellow, green and blue

Urugendo
(Travelling)

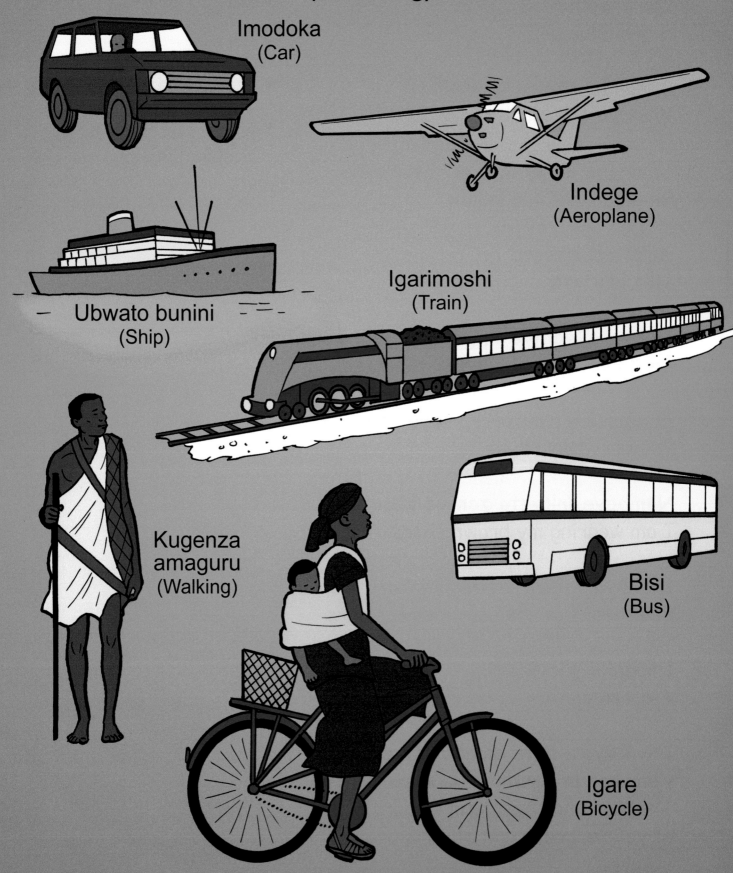

Imodoka
(Car)

Indege
(Aeroplane)

Ubwato bunini
(Ship)

Igarimoshi
(Train)

Kugenza
amaguru
(Walking)

Bisi
(Bus)

Igare
(Bicycle)

Bisi irajya Nyamata
The bus is traveling to Nyamata

Igarimoshi iranyaruka
Trains are very fast

Indege ni nini kurusha imodoka
Planes are bigger than cars

Sindajyendera mu bwato bunini
I have never been on a ship

Inzira inyura mumashyamba ni ntoya.
The path through forest is narrow

Ikiyaga ntikigira urutindo
The lake has no bridge

Umuhanda ugana kunyanja
The road leads to the ocean

Naje na moto
I came with motorbike

Ntinya gutwara igare mumujyi
I fear riding bicycle in the city

Ishuri
(School)

Ikibuga cyimikino
(Playground)

Umupira
(Ball)

Icyumba cy'ishuri
(Classroom)

Urubaho
(Board)

Umunyeshuri
(Student)

Gusoma
(To read)

Kwandika
(To write)

Ikaramu
(Pen)

Urupapuro
(Paper)

Intebe
(Seats)

Ameza/
Intebe yishuri
(Table/
School Desk)

Umwalimu
(Teacher)

Igitabo
(Book)

Tugiye / Ngiye kwishuri
We are / I am going to school

Akunda kwiga / Nkunda kwiga
He/She loves learning / I love learning

Twiga gusoma no kwandika mwishuri
We learn to read and write in school

Nkunda gushushanya amashusho
I like to draw images

Abalimu ni abanyembabazi
Teachers are kind

Nkina n'inshuti zanjye
I play with my friend

Twanditse mugitabo
We wrote in the book

Dufite umukoro
We have homework

Kubaza bitera kumenya
Asking raises awareness

Urashaka kuzabiki nturangiza kwiga?
What do you want to be when you're done
with your studies?

Kwambara
(Dressing)

Ipantaro
(Trousers)

Ingofero
(Hat/cap)

Inkweto
(Shoes)

Ikabutura
(Shorts)

Karuvati
(Tie)

Ishati
(Shirt)

Amasogisi
(Socks)

Umwenda/
Igitetei
(Dress)

Ikoti
(Jacket)

Umukenyero
(Traditional dress)

Inigi/
Urunigi
(Beads)

Ikamba
(Crown for women)

Impeta
(Ring)

Isaha
(Watch)

Umupira
wambarwa
(Vest)

Kama mbili
(Sandals)

Uraberewe / Wambaye neza
You are well dressed

Ambara inkweto zawe
Put on your shoes

Manika ikoti ryawe
Hang your jacket up

Kuramo uwomwenda uranduye
Take off that cloth is dirty

Ishati yawe iratose
Your shirt is wet

Mesa imyenda yawe
Wash your clothes

Mpa ingofero yanjye
Give me my hat

Nambara imyenda ishyushye iyo hakonje
I wear warm clothes when it is cold

Hindura ikoti wambaye, imvura irikugwa.
Change the jacket you are wearing, it is raining

Ufite imyenda myiza
You have beautiful clothes

Ndashaka kwiga kuvuga Ikinyarwanda
I want to learn to speak Kinyarwanda

Musaza wanjye arikuvuza ingoma
My brother is playing drums

Masenge yamennye inkono itekerwamo
My aunt broke the cooking pot

Uzi guhamiriza?
Do you know kinyarwanda dance?

Yego, nshobora kubyina ikinyarwanda
Yes, I dance kinyarwanda

Oya, sinzi indirimbo y'ikinyarwanda
No, I do not know a Kinyarwanda song

Marume ntaruho afite
My uncle has no calabash

Nteka nkoresheje inkwi mumudugudu
I cook using firewood in the village

Umutumba w'igitoki urahengamye
Banana stem is leaning

Ndi kwoza no guhanagura ibyombo
I am washing and drying dishes

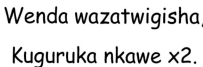

A local Kinyarwanda song

MBE KANYAMANZA KEZA

Mbe kanyamanza keza,
Kombona wishimye,
Nikicyabiguteye,
Ngo natwe tugufashe,

Erega niko mpora,
Nabanye murimwe,
Iyo mbona mukina,
Numva nabakinamo,

Ujyuza twikinire,
Ntabwo bibujijwe,
Wenda wazatwigisha,
Kuguruka nkawe x2.

A surprise tickling game to be played by a parent and child. While holding the child's hand with their open palm facing upwards, you say the first 5 lines as you fold each finger after each line. Then with your index finger, slowly slide your finger from the closed palm to the child's armpit (reciting last line) and tickle (gili gili gili giliii)

UMUKINO HAGATI Y'UMWANA N'UMUBYEYI

Hano hari agashyimbo,

Hano hari akarayi,

Naha agatsima,

Naha akanyama,

Naha amazi...

Yashoria shoria shori - gili gili gili giliiiii

More books by the same author from the Mother Tongue Series

Wapwony Acoli- Lets learn Acoli

This book introduces the children to learning the Acoli language by using common items in everyday scenarios that they are likely to encounter. I hope that it will stimulate parents to use in their interactions with children as they learn this exciting new language. The word "pwonya" means teach me. It expresses a desire to learn, and every student needs a teacher. Wapwony Acoli: Let's Learn Acoli is the first of the mother tongue series of books and resources to facilitate the learning of some mother tongue languages of interest

So Said Grandma-Timeless Wisdom from African Sayings

This book shares some of the writer's favorite African sayings. Each chapter contains a category of sayings with a common moral theme, and each theme is meant to teach certain lessons, which include love, patience, unity, discipline, courage, kindness, responsibility, focus, and expected social behaviour or norms. Mollynn shares a mix of scenarios from the past and present to make the content relevant for today's child.

About the Author

Dr. Mollynn Mugisha- Otim was born and raised in Uganda but has lived in The Netherlands since 2007. As an expatriate in an inter-cultural marriage, she is also raising 2 multi-lingual children in The Hague. With over 10 years experience, she works in the area of early childhood education with children from a wide range of international communities in The Netherlands, and has experienced first hand, the benefits and challenges of raising multi-lingual children in a fast changing global environment. With vast experience of what it means to be and raise Third Culture Kids (TCKs), she realises the importance of exposure to one's mother tongue language and having a good grounding in one's culture. Mollynn knows that understanding one's ancestry, origins and background is essential for children to grow with confidence, have a sense of belonging and prepare to thrive in a world that is rapidly changing. She is dedicated to making a wide range of resources available for children to learn about their cultures and lineage.

Author photo by **Fotografie Americaine**

Dr. Ernest Karuranga is a typical Third Culture Kid (TCK), a child influenced by more than one culture in his formative years of development. He was born of Rwandese parents in Uganda, raised in Kenya then migrated to Rwanda. He completed high school and did undergraduate studies in Rwanda where he graduated as a medical doctor and practiced medicine for 6 years. He later moved to Sweden for his post graduate studies. He lived in The Netherlands for 2 years and now lives in Belgium with his wife Suvi, who is from Finland. They are raising two multilingual children.

As a global citizen raising children far away from the influence of their native culture, Ernest understands the importance of mother tongue languages as a conduit to understanding one's heritage. His desire is to contribute to making resources for children and other people in need of a gentle start.

Printed in the United States
by Baker & Taylor Publisher Services